Davíð Rúrik Einarsson Höjgaard

Tileinkað minningu móður minnar
Ólafar Stefaníu Davíðsdóttur Höjgaard

Skuggi

Efnisyfirlit

Ónefnt

Nú veit ég gjörla hvar skal gá
Hvort Gæsa gils við eigum á
Ég hef ei neitt sem haldbært er
Né hvar í ánni merkið er

Að fjárhúsi þeir fá sér göngu
Seinna um daginn saman ganga
Ört á himni sólin hækkar
Ört nú sól á himni hækkar

Síðan áin áfram æðir
Áfram niður holt og hæðir
Við henni tekur saltur særinn
Svona eru okkar landamærin

Mín draumadís

Er í hafið sígur sól
Sveipar um dal og hól
Hjá þér einni á ég skjól
Mín draumadís

Ó komdu til mín blíð á brá
Brennur mér í sálu þrá
Að þú verðir æ mér hjá
Mín draumadís

En hvert sem byr þig ber
Bið ég gæfuna að fylgja þér
En leynd mín trega tár
Tjá mér djúpa hjartans sár

Ó segðu að þú unnir mér
Og aðeins viljir dvelja hér
Því hjarta mitt er helgað þér
Mín draumadís

Kveðja farmannssins

Í kvöld þegar fleyið ber þig burt frá mér
Bið ég að megi gæfa fylgja þér
Meðan oss skilja hafsins svölu sund
Sælt er að eiga von um endurfund

Hvert sem að aldan ber þig burt frá mér
Brennandi þrá og ást mín fylgi þér
Blærinn sem strýkur blítt um vanga þinn
Ber mína kveðju hjartans vinur minn

Ónefnt

Ég gleymi aldrei drottinn minn
Þeirri dásamlegri sýn
Í dalnum þar sem ríkti ró og friður
Má ég ekki höndum fara
Um fögru brjóstin þín
Og færa mig svo aftur lítið niður

Ónefnt

Ef faðir þinn nú fengi
Að fást við fjandans gaurinn
En djöfull varstu lengi
Að losa þig við saurinn

Ónefnt

Þarna sérðu bara
Burt fór tækifærið
Næst má maður fara
Með öngul maðk og snærið

Síðan áin áfram æðir
Áfram niður holt og hæðir
Við henni tekur saltur særinn
Svona eru landamærin

Ónefnt

Nú erum við saman í sveitinni í dag
Með seyði og sitja skal fund
Þar reynum að fegra og fá allt í lag
Svo fögur þá upp renni stund

Tíminn er naumur nú má ekki draga
Að ná settu marki bæta allt og laga
Því árin þau líða og líf okkar hér
Er líkt og hjá hinum því ljúka brátt fer

Ég man hérna forðum er fór ég á ball

Ég brennivínskaffi í bolla mér fæ
Og bergi með velþóknun á
En lokkandi nikkuhljóð berst nú með blæ
Í brjósti mér vekur hann þrá

Ég er eins og strákur þó staði ég sé
Að eyðst ei lífsins fjörið mitt
Hinn ástleitni dregur sig alls ekki í hlé
En eykst jafnvel fremur en hitt

Og fengsæll og glaður er máfurinn minn
En mér veittist árla um hús
Og heilaga æska minn hugur er þinn
Ég hitti þig glaður og frjáls

Frá engjum og sænum ber angan og hljóð
Ó æska þú kemur til mín
Nú stansa ég glaður við blómskrúðsins blóm
Og bjarminn úr vestrinu dvín

Okkar setti geð í gang
Góð er þessi kona opið fumlaust líður fang
Fjarska er gaman svona

Ónefnt

Er ekki von maður verður leiður
Vafalaust einhver orðinn er reiður
Þið sjáið það öll systur og bræður
Svona fer allt þá einn öllu ræður

Svo kom ein hugmynd sem helst átti að leyna
Höfundur sagðist þar ekkert illt meina
Að sjálfsögðu skyldi nú fínt í það fara
Ó finnst ykkur ekki við ættum að spara

Olíu verðið er verst til að mynda
Því verðum við barasta hætta að kynda
Ef viltu ekki í kofanum köldum hér dúsa
Þá kemurðu sjálfur með olíubrúsa

Svona menn geta um sjálfan sig snúist
Nú spyr ég við hverju getum við búist
Í dag vilja allir allt gjarnan gera
Á morgun við látum það allt saman vera

Ég segi ykkur öllum ef viljið þið vita
Nú veit enginn hvernig skal standa eða sitja
Sjálfssagt er illa á öllu hér haldið
Þó held ég sé of mikið sagt bak við tjaldið

Ekki eru tillögur allar á enda
Ein er hér komin og þar skal á benda
Í húsinu gamla þar búr eitt sinn var
Ég bið ykkur setja upp þar svolítinn bar

Þar væri draumur og dásemd að vera
Dragspilið þenja og margt fleira gera
Svo þegar kvöldar og komin er ró
Þá kyrjum við öll fram í heiðanna ró

Hákarlsátið

Eitt sinn bað hann Fíi frá Bakka
Bróðir af sér að taka pakka
Hann vildi góðum vini gjalda
Gjöf því sendir gamla Valda

Svo er það á Suðurlandi
Að skila pakka reynist vandi
Endalaus og erfið vinna
Eigandann hvergi hægt að finna

Af lyktinni ekki leynir sér
Að lystugt innihaldið er
Fyrst eigandann ég hvergi finn
Þá fer þeg heim með hákarlinn

þetta mín viltu fara fram
Fá þér hníf ó namm og namm
Ég eina væna sneið mér sker
Síðan aðra handa þér

Svo var etið jafnt og þétt
Japlinu engin takmörk sett
Af var skorin sneið og sneið
Sótt þó handa hinu um leið

Þá loksins beitan búin var
Og bóndinn seinni endann skar
Þá virtist aðeins örla á
Ámátlegri eftirsjá

Ó vertu nú Guð mér náðugur
Því nú var ég allt of gráðugur
Ég afneita góðri ábendingu
Og annars manns át því sendingu

Þið haldið mig vondan vitleysing
Og vil ég þann leiðrétta misskilning
Nú veikur í maðurinn er
Hann má ekki allt éta því er nú verr

Ég fyrir því vil gera grein
Sá gamli er með krabbamein
Þið sjáið hvað ég gott hef gert
Því garmurinn þolir ekkert sterkt

Nú ættuð þið öll að þakka mér
Því hneykslanlegt væri það hver maður sér
Ef komið þar væri háaldrað skinn
Í himnaríki með hákarlinn

Í bólinu gamli Valdi beið
Og bjóst við sinni hákarlssneið
Því vinur hans sem lasinn lá
Hann líka átti bita að fá

En nú er gamli garpurinn
Genginn burt í hinsta sinn
Hann vissi hvernig komið var
Og hver hans hákarl niður skar

Ég veit að Valdi vinur minn
Er velkominn til Péturs síns
Og brosandi nú horfir hann
Niður á hákarls erfingjann

Bókhaldið

Sendingu fékk ég frá firðinum Vopna
Það fór um mig geigur er pakkann ég sá
Og nú er ég böggul þann búin að opna
Þá bókhaldið auma þar fékk ég að sjá

Í pakkanum alsæll ég byrjaði að blaða
Þar bækur og poka og blöð mörg ég fann
Og nú er ég búinn upp nótum að raða
Ónýti pokinn já hvar er nú hann

Ég finn að í hálsinn minn kominn er kökkur
Hvarmarnir votir og tár út á kinn
Ég byrja að titra í tali verð klökkur
Því tölur að gagni ég alls ekki finn

Hvað er á seiði því kom þetta ekki allt
Þið sjáið að best er að senda allt um leið
Ég óttast að sumt sé nú komið í salt
Og síðan svo afgangur metinn í skreið

Ónefnt

Stubbur er kominn snemma á fót
Sofandi í rúmi hans hvílir snót
Hvað er nú þetta það komið er inn
Jú þetta er ferðafélaginn

Stór er þá kominn kátur og hress
Nú kallar stubbur verið þið bless
Hrópar þá frúin úr fletinu
Farðu en gleymdu ekki netinu

Hér áður í langferð þá farið var
Fannst sjálfsagt að lesa bænirnar
En þeir voru á bíl af bestu gerð
Og bænir því óþarfi í þessari ferð

Nú ferð er hafin haldið af stað
Horft út um glugga og heim á hlað
Út úr bænum þeir komnir eru brátt
Þá best er að halda í norður átt

Vegur er góður veður blítt
Og vel er þá farartækið nýtt
Áfram skal haldið farið greitt
Því för þessa lagið ei getur neitt

Seint á þessum drottins degi
Drengir aka á fögru fleygi
Heim á hlaðið geyst þeir glanna
Það er gamall siður hestamanna

Svo skal húsið allt upp hita
Hafa það gott og fá sér bita
Rúmin upp búin fyrir báða
Blæðna losur lagst til náða

Í eldhúsi að morgni mæta
Mildir eftir svefninn sæta
Upp er kveikt í kamínunni
Kaffi hitað og sett að munni

Síðan úti varpann varpa
Undan vindi af sér tappa
Svo á landið báðir líta
Losa vind og fast sér snýta

Mikið afbragð er að eiga
Engið ána tún og teiga
Brekkurnar og Brautarhylinn
Og bústaðin með panel þilin

Ef verðbólgan á af velli víkja
Verður samningana að svíkja
Og vilji ei lýðurinn við því taka
Við sendum þeim Guðmund Jaka

Ef eitthvað okkur vantar
Vill frúin selja ef einhver pantar
Vöruna sem við selja megum
Svarar hún við ekki eigum

Mest nú maður verður var við
Það er vinstra stjórnar starfið
Ráðherrar í rokna vanda
Ráðalausir allir standa

Nú kappann kuldinn kvelur
Hvar er bölvað landið
Ég syntur er sem selur
Samt kemst ég ekki að landi

Þrekið er á þrotum
Þreyttur áfram fleygir
Hann heyrist byrstur blóta
Og strengnum fleigir

Hinn furðulegi félagsskapur

Dalhús var eitt sinn dágóð jörð
Þar dvaldi bóndi með sauðahjörð
Hjónin þar ráku sitt rausnar bú
Þau reiðhesta áttu hænsni og kú

Lengi í dalnum bóndinn bjó
Af baslinu að endingu fékk þar nóg
Hann búinu bregður og burtu fer
Þá bærinn í eyði eftir er

Eitt sinn þar veiða mátti svo mikið
Finnst mér að sjálfsögðu að því sé vikið
Því lifna fór veiðivonin að nýju
Sem varð til að keyptum við jörðina tíu

Nú hafist var handa og til var tekið
Tafarlaust ruslið allt burtu rekið
Þar áhuginn skein út úr hverri sál
Er sótt var allt draslið og sett á bál

En mikið var eftir og margt þurfti að laga
Það minnti hér flest allt á gamla daga
Er komið var saman og sungið á kvöldin
Já svona var það þá var önnur öldin

Nú kosið ég hefði helst að þegja
Og hafa ekki meira hér að segja
Því árin þau liðu í dalsins ríki
Leitt er að gera svo öllum líki

Brátt fer á allskonar basli að bera
Þó búið sé hér ekki nóg að gera
Úr hópnum fór þá heldur að draga
Hefst hér vor harma og rauna saga

Stjórnirnar allar svo andlega dauðar
Að vilja og viti þær hreint eru snauðar
Eitt samt þær gátu og gerðu með sóma
Í ársgjaldið reyndu þær allar að góma

En ef að í bókhaldið laxi þú lítur
Það leynir sér ekki þú sjá það hlítur
Sum gjöld eru ógreidd það engum mun líka
Þar sérðu að sleppt hefur verið þeim ríka

Svo komu hugmyndir alveg í hrönnum
Því hér reyndist ekkert vera eins og hjá mönnum
Nú virtist enginn einn annan skilja
Svona er að vita ekki hvað menn vilja

Einn vildi sumarbústað sér byggja
Blett undir kofa skildi nú tryggja
Sótt var um leyfi á löglegum fundi
Leyfið fékkst ekki og draumurinn hrundi

Einn vildi fjósið fegra og snyrta
Ef fengist í kjallarann meiri birta
Að utan átti svo kofann að klæða
Koma með tré og landið græða

Aldrei við gerum allt með orðum
Og enn þá er þetta í sömu skorðum
Fjósið er enn í því forna gildi
Þá bóndinn fór og við það skildi

En er þetta allt eins og ætti að vera
Að ekkert er hægt sér til gamans að gera
Fær maður engu hér sjálfur að sinna
Sífellt að puða fyrir aðra að vinna

Er ekki von maður verði leiður
Nafnlaus einhver orðinn reiður
Þið sjáið það öll systur og bræður
Svona fer allt þá einn öllu ræður

þeim kom svo tillaga töluvert snúin
Því taka varð næturgagn inn með sér frúin
Að þurfa hálf sofandi sitjast á dallinn
Sko salernið verður að flytja upp á pallinn

Auðvitað verðum við baðinu að breyta
Því baða sig verður líka til sveita
Í ánni menn alsnaktir mega ekki vaða
Því mengun hún veldur og laxinn skaða

Svo kom ein hugmynd sem helst átti að leyna
Höfundur sagðist þar ekkert illt meina
Að sjálfsögðu skildi nú fínt í það fara
Ó finnst ykkur ekki við ættum að spara

Olíuverðið er verst til að mynda
Því verðum við bara að hætta að kynda
Ef viltu ekki í kofanum köldum hér dúsa
Þá kemurðu sjálfur með olíu á brúsa

Svona menn geta um sjálfan sig snúist
Nú spyr ég við hverju getum við búist
Í dag vilja allir allt hérna gera
Á morgun við látum það allt saman vera

Ég segi ykkur öllum ef viljið þið virta
Nú veit enginn hvernig skal standa eða sitja
Sjálfsagt er illa á öllu hér haldið
Þó held ég sé of mikið sagt bak við tjaldið

Ekki eru tillögur allar á enda
Ein er hér komin og þar skal á benda
Í búinu gamla þar búr eitt sinn var
Ég bið ykkur setja upp svolítinn bar

Þar væri draumur og dásemd að vera
Dragspilið þenja já margt fleira gera
Svo þegar kvöldar og komið er nóg
Þá kíkjum við öll fram í heiðanna ró

Ónefnt

Að lokum ég lét mér skylt að lesa
Og leiðréttist þá mín fyrri vísa
Ég bænheyrður var með babli slíku
Að borgað nú hafa þessir ríku

Ónefnt

[Björgúlfur Þorvarðsson fann korktappa
Á stofugólfinu hjá Davíð og Lúllu og orti]

Ég mig ekkert hér í hlé
Af hóf lyndinu kunnu
Telja má að tappinn sé
Tekinn úr Blárri nunnu

Það ég sé þá í fer glugga
Að þörf er stór og rausnin brýn
Davíð þarf að setja í Skugga
Svo aðrir geti notið sín

Í hópi einn við höfum mann
Er hjá oss óhug vekur
Fjarlægjum nú fjanda þann
Sem frá mér ljósið tekur

Ónefnt

[Sett saman eftir heimsókn Fía og Jóns]

Sumir vita allra manna mest
Mikið skrafa aðrir bak við tjöldin
Við gefum bara slíku föndri frest
Og förum heldur snemma að sofa á kvöldin

Olían er orðin afar dýr
Olíuna verðum við að spara
Nú sýnið bræður hvað í ykkur býr
Og bendið því á leið sem nú skal fara

Við erum stödd í voðalegri neyð
Og verðum öll að gera eitthvað hið bráða
Enginn einn má benda á bestu leið
Því enginn einn má öllu hérna ráða

En hvert er ráð og hver er tillagan
Hver vill heim í köldum kofa dúsa
Jú sjáið til við sendum bara mann
Að sækja olíu á lítinn brúsa

Morgun stund gefur gull í mund
Gaman er að eiga svona kofa
Ég fæ mér göngu léttur mjög í lund
Og lít á laxinn meðan aðrir sofa

Landamerkja vísur
[teknar úr lengra ljóði]

Um Melshornið úr miðri á
Merkja línan liggur frá
Þar yfir mela börð og brot
Beina stefnur í Hirnuskot

Úr Hirnu held ég línan liggi
Lengst inn ása yfir hryggi
Svo um móa og mýrar dý
Miðmundar þar lækinn í

Upp með læknum liggja má
Land okkar í Dalhúsa á
Um engi og ofan eyrarnar
Efri sem að eru þar

Nú veit ég gjörla hvert skal gá
Hvar Gæsagils í eigum á
Ég hef ei neitt sem haldbært er
Hvar í ánni merkið er

Síðan áin áfram æðir
Í áttina niður holt og hæðir
Við henni tekur saltur særinn
Svona eru okkar landamæti

Veiðiferðin
[1973]

Nú sögu ég ykkur segja verð
Samt er hún ekki af bestu gerð
Dæmi svo hver sem dómbær er
Mig draum þennan dreymdi í september

Ég var á göngu og gekk mjög hratt
Ég stansa í grasi þarna eitthvað datt
Þá heyri ég sagt þú hlýtur að sjá
Það sér okkur enginn í þessari á

Einhver samt maldar móinn í
Og manninum svarað er á ný
Þarna að veiða ei vandi er
Nú verður þú bara að treysta mér

Ég þykist vita hver þar er á ferð
Er þeirra ég heyri ráðagerð
Nú tala þeir hátt og hæðst um það
Hvenær best væri að leggja af stað

Þá setjast þeir niður og segja fátt
Saman þó tala en ekki hátt
Og nú færðu að heyra hvernig fór
Í ferðalag fara Stubbur og Stór

Stubbur er kominn snemma á fót
Sofandi í rúmi hans hvílir snót
Hvað er nú þetta það komið er inn
Jú þar kom ferðafélaginn

Stór er þá kominn kátur og hress
Nú kallar Stubbur verið þið bless
Hrópar þá frúin úr fletinu
Farðu en gleymdu ekki netinu

Hér áður langferð þá farið var
Fannst sjálfsagt að lesa bænirnar
En þeir voru á bíl af bestu gerð
Og bænir því óþarfi í þessa ferð

Nú ferðin er hafin og haldið af stað
Horft út um glugga og heim á hlað
Úr bænum þeir komnir eru brátt
Þá best er að halda í norður átt

Vegur er góður og veður blítt
Og vel er nú farartækið nýtt
Áfram skal haldið og farið greitt
Því för þessa tafið ei getur neitt

Seint á þessum drottinsdegi
Drengir aka á fögru fleyi
Heim á hlaðið geyst þeir glanna
Það er gamall siður hestamanna

Svo skal húsið allt upp hita
Hafa það gott og fá sér bita
Rúm upp búin fyrir báða
Blaðra losuð lagst til náða

Í eldhúsi að morgni mæta
Mildir eftir svefninn sæta
Upp er kveikt í kabissunni
Kaffi hitað og sett að munni

Síðan úti varpann varpa
Undan vindi af sér lappa
Upp í loftið báðir líta
Leysa vind og fast þeir snýta

Í góðu veðri oft er gaman
Í göngu túr þeir fara saman
Frá bæjarhlaði út á bala
Nú báðir vilja um landið tala

Mikið afbragð er að eiga
Engið ána tún og teiga
Brekkurnar og Brautarhylinn
Bústaðinn með panilþilin

Í landi okkar leynist rjúpa
Lítil tjörn við Staðarnúpa
Þar er vatn og mikil veiði
Verst að það er inn á heiði

Þeir vilja að við landið verjum
Veistu að það er fullt af berjum
Svo mikill er vor eignar réttur
Við eigum allt sem á því sprettur

Þar sem saman löndin liggja
Við leyfum sumar hús að byggja
Hvar landa merkin draga má
Því munum við nú segja frá

Um Melshornið úr miðri á
Markalínan liggur frá
Þar yfir mela börð og brot
Beina stefnu í Hirnuskot

Úr Hirnu held ég lína liggi
Lengst inn ása yfir hryggi
Svo um móa og mýrar dý
Miðmundar þar lækinn í

Upp með læknum liggja má
Land okkar í Dalhús á
Um engi og ofan eyrarnar
Efri sem að eru þar

Nú veit ég gjörla hvert skal gá
Hvar Gæsagils í eigum á
Ég hef ei neitt sem haldbært er
Hvar í ánni á merkið sér

Síðan áin áfram æðir
Í áttina niður holt og hæðir
Við henni tekur salturnsærinn
Svona eru okkar landamæri

En þó að löndin liggi saman
Sem líst við höfum hér að framan
Þá ofsa veður við út af götum
Þó veiði einhver lax með netaförum

Á eignarrétti má eflaust slaka
Ef fisk úr ánni þarf að taka
Hvar merki þá liggja hér um slóðir
Við höfum að engu vinir góðir

Og svo fór nú í þetta sinn
Að svikum beindist hugurinn
Er heima tekur og allat er hljótt
Á veiðar höldum við í nótt

Á ráðin lagði reyndur sveinn
Hann rambað hafði stundum einn
Árnar skoðað skyggst í hyl
Og skotist inn í Gæsagil

Í myrkri maður stundum sér
Margt sem honum ei ætlað er
Og þeir sem horfðu þarna á
Þá látum við nú segja frá

Vegavinnu flokkur fár
Á ferðinni austan megin ár
Óljóst heyrðist þrusk og þras
Og þrammað yfir grjót og gras

Nú aftur heyrðist hvísl á ný
Ég hrópa það hann er kominn í
Að vera gætinn því gleymdu þeir
Í garninu voru fiskar tveir

Við færðum okkur ánni að
Og annan fundum felustað
Meðan karlar tveir í einum keng
Kátir fagna illum feng

Í næstu lögn þeir lítið fá
Líta um allt en ekkert sjá
Þá fiskinn földu tóku til
Og trimmuðu svo að næsta hyl

Við þurfum varla að segja meir
Svona áfram héldu þeir
Því veiðigræðgi af verstu gerð
Virtist ráða þeirra ferð

Frá Nýjabæ og niður að brú
Í náttmyrkri og góðri trú
Að enginn maður myndi sjá
Hvað með mætum veiða má

En þarna bogalistin brást
Og báðum ill yfir sást
Ef myrkrið þér skilir þá muntu sjá
Það skýlir þeim sem horfir á

Og nú eru veiði vargarnir
Með veiði sína á brott farnir
En það sem þriðji maður leit
Þá sögu alla þjóðin veit

Okkar saga er hér sögð
Og svikaranna veiði brögð
Svo þegar sólin rís úr sæ
Þá sagan fer á næsta bæ

En viljið þið ekki vinir fá
Að vita hverja þar var að sjá
Á ferðinni voru fulltrúar félagsskapar Dalhúsar

Víst má illa fenginn fisk
Soðinn færa upp á disk
Þar sem sultur sverfur að
Telst ei synd að gera það

En sé það maginn þá munið það
Að mæðranefnd getur aðstoðað
Og látið ei ágrind af verstu gerð
Ykkur reka í veiðiferð

Ónefnt

Síminn hann hringir í hönd tek ég tól
Halló þú veist hver ég er
Ég býst við að þurfa í bænum fá skjól
Hæ bróðir má ég vera hjá þér
Í baki er ég veikur og verk hef um allt
Það er voðalegt hvernig ég er
Ég stundum er heitur mér stundum er kalt
Já svona er nú ástatt hjá mér

Svo er það þreyta sem þjáir minn skrokk
Þroti er vöðunum í
Hálf bæklaður verð ég að bregða á skrokk
Ég verð bara að taka smá frí
Ég sé mig í anda sem eldgamalt hræ
Haltra við hækju og staf
En fyrst skal ég bregða mér í Glæsibæ
Þar best er að slappa af

Svo þegar drengur af dansi fékk nóg
Hann dreif sig með meyjunni
Og eldsnemma að morgni hann drösulinn dró
Úr draugljótri freyjunni
Hann fór á ball fullur og félaus nú er
Þau enda flest svona hans geim
Og sneiptur með Herjólfi snaraði sér
Steini er kominn heim

Heima í koti þar karl lengi lá
Hann langaði aftur í frí
Og vesalings konuna vildi ekki sjá
Í víkinni beið hans ein ný
En frúin það vissi og vakti sinn mann
Ég veit að þú vilt ekki mig
En samt er ég komin með meistara þann
Sem koma skal vitinu í þig

Komdu hér strákur og sestu ha ha
Þú skelfur sem hrísla á grund
Nú verður þú góði að ganga í AA
Svo getum við farið á fund
Ofdrykkja vinur hún er ekki holl
En heilsunni aftur þú nærð
Þig verður að senda á Silungarpoll
Þar sérfræðing góðan þú færð

Með Herjólfi sjúklingur sendur var
Sú ferð þoldi enga bið
Á Fiskapollinn til meðferðar
Svo fengið hann gæti frið
Fyrst sat hann þar lengi sagði ekki orð
Stundi og mikið blés
Jú þetta er sko betra en vera um borð
Í báti út við Langanes

Nú hefur sjúklingur sagt mér svo frá
Að svona geym líkaði sér
Þar hugprúðir knaparnir hrissunum ná
Og heilmikill reiðtúrinn er
Víst er hér gaman og góð var sú ferð
Ég get ekki gert neitt að því
Að alki ég var og alki ég verð
Ef aftur mig langar í frí

Ónefnt

Á laufskrúðsinsbarm á blómlegri ey
Þar báruhljóð vaggandi dvín
Særekið þangið og hálfþurrkað hey

Frá Nýjabæ og niður að brú
Í náttmyrkri og góðri trú
Að enginn maður myndi sjá
Er þú kossinn fékkst mér frá

Er sá ég villtan vorleikinn
Varð ég til í hvað sem er
En fótalausi folinn minn
Fæst ekki til að sinna mér

Við ykkur enginn í félag fer
Sem fær að vita hvað skeði hér

Ónefnt

Í makindum sit ég og sólarins nýt
Sægolan kyssir mig heit
Fluglétta máfa og ferli ég lít
Fjörðinn í matfanga leit

Frá engjum og sænum ber angan og hljóð
Ó æska þú kemur til mín
Nú dansa ég glaður við blómskrúðsins blóm
Og bjarminn úr vestrinu dvín

Ég brennivíns kaffi í bolla mér fæ
Og bergi með velþóknun á
Lokkandi nikkuhljóð berst nú með blæ
Í brjósti mér vekur hann þrá

Ég er eins og strákur þótt afi ég sé
Að eyðist ei lífsfjörið mitt
Hinn ástleitni dregur sig alls ekki í hlé
En eykst jafnvel fremur en hitt

Sko fengsæll og glaður er máfurinn minn
En mér veitist armlaga um háls
Og heilaga æska minn hugur er þinn
Ég hitti þig glaður og frjáls

Í árgili glaðir snæða
Garpar af göngu rjóðir
Síðan þeir áfram þræða
Þröngar sauðakinda slóðir

Göngu garpar kampakátir
Kunna að virðast lítil látir
Setjast niður og saman ræða
Og stoltir sinar stengur þræða

Ónefnt

Á heiðarvatni heyrist kliður
Þar heimilis er rofin friður
Fuglar sem þar í friði búa
Forða sér og burtu fljúga

En veiðigarpar lítillátir
Litast um mjög kampakátir
Niður setjast saman ræða
Stoltir nýjanstöng nú þræða

Nú mega drengir ekki dunda
Djarfir niður að vatni skunda
Á land skal afla miklum moka
Og mætt skal heim með fulla poka

En dagurinn var dapurlegur
Mikið djöfull er hann tregur
Úr þessum fjandans forar bletti
Fæst ei branda handa ketti

Í veiðimenn er kominn leiði
Lítið séð og engin veiði
Nú varla er hægt að vera lengur
Á veiðistað þá ekkert gengur

En nú skal drepast eða duga
Í draumaflotið hnýtt er fluga
Hann sveiflar stöng og fram sig teygir
Og flotinu út á vatnið fleygir

Þetta skal sá stóri þiggja
Það þarf bara að fá að liggja
Ég stöngina set við steininn gráa
Svo fer ég og máta páfa

Þar sem rennur lítill lækur
Losar sveinn um sínar brækur
Á meðan hængur stór nú steypir
Sér á flugu og hana gleypir

Veiðimaður við nú hrekkur
Þá upp úr vatni fiskur stekkur
Kominn er á einn feiknar fjandi
Og fína stöngin laus í landi

Við litla lækinn strákur stynur
Með afleik stórum staðan hrinur
Með allt á hælum sjá má sveininn
Stefna beint á gráa steininn

Nú veiðimenn á harða spretti
Báðir hlaupa að sama kletti
Á hængnum þó var meiri skriður
Hann stöngina dró í djúpið niður

Við þennan gaur ég seint verð sáttur
Svo dýr varð þessi fjandans dráttur
Og fara svo heim úr Staðarheiði
Stangarlaus og engin veiði

Af óhöppum oft lært þú getur
Og næsta ferð mun reynast betur
Þó ekkert fáist það engan heftir
Ef veiðarfærin verða ekki eftir

Ónefnt

Taktu þig til og farðu að trimma
Til Bakkafjarðar og finndu Himma
Hann vantar konu af besta klassa
Kannski þú myndir alveg passa

Farðu samt sjálf og fáðu að sjá hann
Þá færðu að vita að mikið á hann
Karlinn er ríkur og kann að dorga
Komdu honum til og láttu hann borga

Svo tekurðu hann með þér og teymir um landið
Tælir hann síðan í hjónabandið
Og þá ertu viss með að erfa áfram auðinn
Eftir er bara að hengja sauðinn

Ónefnt

Upp og niður orðin lenda
Allir brjóta heilann sinn
Hvernig þessi eigi að enda
Ef hljóti skal hún vinninginn

Ráðninguna sumir senda
En sjaldan hljóta vinninginn
Þeirra framlag ei má enda
Svo ekki stöðvist leikurinn

Himnaförin

[lag og ljóð, 1987]

þegar ég er orðinn einn
Og farið get hvert sem er
þá burtu úr bænum strax ég held
þá skal maður skemmta sér
þá ætla ég að fara um allt
Og allan heiminn sjá
Haga mér eins og greifarnir
Já gaman verður þá

Kannski er ég bara orðinn
Alltof allt of seinn
Svo heima í koti gamall karl
Þar kúra verður einn
Það verður bara að taka því
Að vera ekki að fást um það
Því enginn maður ræður alltaf
Sínum næturstað

En þegar ég í himnaríki
Held á Drottins fund
Með harmonikku og ljóðin mín
Ég léttur verð í lund
Ég veit að Pétur segir þá
Við mig gestinn sinn
Svo þú ert Bakkafirði frá
Æ vertu velkominn

Þar englameyjar voru eitt sinn
Sagðar saklausar
En sjálfsagt hefur þetta breyst
Þar eins og alls staðar
Ef ekkert heyrist enginn sér
Þú reyna bara skalt
Því víða leynist ein og ein
Er reynist til í allt

En varla mun ég una mér
Á svona helgum stað
Þar má ekki gera neitt
Og ekkert hafast að
Ef ekki breytist hugur minn
Hvað get ég þá gert við því
Þó laðað ég gæti til mín eina
Og laumaðist bak við ský

Ónefnt

Öldur stækka og aukast ský
Áfram sigli ég fyrir því
Aldrei meiri ég fögnuð fæ
Fer á kostum um úfinn sæ

Ónefnt

Frá Nýjabæ og niður að brú
Í náttmyrkri og góðri trú
Að enginn maður myndi sjá
Er þú kossinn fékkst mér frá

Ónefnt

Er sá ég villtan vorleikinn
Varð ég til í hvað sem er
En fótalausi folinn minn
Fæst ekki til að sinna mér

Ónefnt

Nú erum við saman í sveitinni í dag
Með seiði og sitja skal fund
Þar reynum að fegra allt í lag
Svo fögur þá upp renni stund

Ónefnt

Tíminn er naumur nú má ekkert draga
Að ná settu marki bæta allt og laga
Því árin þau líða og líf okkar hér
Er líkt og hjá hinum því ljúka brátt fer

Ónefnt

Nú hefur presturinn prédikun létt
Sauðina platað og söfnuðinn mett
Að lokum þá fénaður fölur og rýr
Úr fjárhúsi drottins heim aftur snýr

www.ingramcontent.com/pod-product-compliance
Lightning Source LLC
LaVergne TN
LVHW022108071026
849580LV00014B/2017
* 9 7 8 9 9 3 5 3 5 0 4 8 0 *